சிறந்த குடும்பஸ்தர்

தவம், தானம், தியாகம்

ராமானந்த சைதன்ய சந்திர தாஸ்

இந்த புத்தகம் தெய்வத்திரு அ.ச.பக்திவேதாந்த சுவாமி
பிரபுபாதவிற்கு அர்ப்பணிக்கப்பட்டுள்ளது

பொருளடக்கம்

1

சிறந்த குடும்பஸ்தர்

ஹரே கிருஷ்ண, சிறந்த குடும்பஸ்தன் எப்படி வாழ வேண்டும் என்பதை பற்றி பார்ப்போம், குடும்பஸ்தன் தானம் கொடுக்க வேண்டும், தவம் செய்ய வேண்டும், யாகம் செய்ய வேண்டும், இந்த புத்தகம் தெய்வத்திரு அ.ச.பக்திவேதாந்த சுவாமி பிரபுபாதவிற்கு அர்ப்பணிக்கப்பட்டுள்ளது,

எல்லா புகழும் குரு கௌராங்கருக்கே

சிறந்த குடும்பஸ்தன் இந்த புத்தகம்

திருமணம் செய்து கொள்பவர்களுக்காக இந்த புத்தகத்தை நாம் வடி-வமைத்திருகின்றேன் திருமணம் ஆனவர்களுக்கும் இது பயனுள்ளதாக இருக்கும் என்று நான் நம்புகின்றேன், உங்களுடைய கருத்துக்களை எங்களிடம் கேட்கலாம் இந்த புத்தகத்தின் சாரம் என்னவென்றால் நாம் திருமணம் செய்வதுகொள்வதற்கு முன்பாக பிரம்மசர்ய விரதத்தினை கடைபிடித்து ஒரு குருவின் ஆசிரமத்தில் தங்கி பிரம்மசர்ய ஆசிரமத்-தினை கடைப்பிடித்து அவரது சொல்படி நாம் நடக்கவேண்டும். சிறந்த குடும்பஸ்தன் பக்திவினோத் தாகுரரின் வாழ்க்கை வரலாறை நாம் பின்-பற்றி செயல்படவேண்டும். திருமணம் செய்துகொள்வதற்கு முன்பாக ஒரு ஜோதிடரை அனுகி திருமண பொருத்தத்தினை பார்த்து திருமணம் நிச்சயிக்க வேண்டும், தானம் கொடுக்க வேண்டும்.

2.00 மற்ற ஜீவராசிகளின் மீது கருணையாக இருக்க வேண்டும், நாய், பூனை, புழு, பூச்சிகள், செடி, மரம், கொடிகள், நீர்வாழ்வன, போன்ற விதவிதமான உயிரிணங்கள் உலகத்தில் இருக்கின்றன, அனைத்து ஜீவாத்மாக்களுக்கும் ஒரு கிரகஸ்தன் கருணையாக இருக்-

கவேண்டும், ஒரு கிரகஸ்தன் மாடுகள், யானை, விலங்குகள், நாய், பூனை போன்ற விலங்குகளின் மீதும் அனைத்து ஜீவாத்மாக்களுக்கும் ஒருகிரகஸ்தன் கருணையாக இருக்கவேண்டும்,ஒரு கிரகஸ்தன் மாடுகள் யானை இப்படி விலங்குகளையும் தன்து சொந்த குழந்தைகளைப்போல பாவித்து அவர்களை பராமரிக்க வேண்டும், ஒரு கிரகஸ்தன் பார்த்தீர்க-ளேயானால்.

3.00 விடியற்காலையில் எழுந்துகொள்ளவேண்டும் மங்களாரதி செய்யவேண்டும், துலசி ஆரதி, ஹரே கிருஷ்ண ஜெபம் செய்ய வேண்-டும், குரு பூஜை, மேலும், ஏகாதசி விரதம் இருக்க வேண்டும், பகவா-னுக்கு நெய்வேத்தியம் செய்யப்பட்ட உணவுகளை மட்டும் உட்கொள்-ளவேண்டும், பாவ செயல்களை தவிர்க்க வேண்டும் பாவ செயல்கள் என்பது யாது மாமிசம் உட்கொள்வது, சூதாட்டம் ஆடுவது, போதை மருந்து உட்கொள்வது, தவறான பெண்களிடம் சகவாசம் கொள்வது, மது, மாது, மாமிசம், சூது இந்த நான்கு விசயங்களை தவிற்க் வேண்டும். ஒரு கிரகஸ்தன் குழந்தைகளை பாதுகாக்க வேண்டும், அவர்களை சரி-யாக வழிநடத்த வேண்டும்.

4.00 அவர்களுக்கு ஆன்மீகத்தில் வழிகாட்டவேண்டும், ஆன்மீகத்-தில் அவர்கள் முன்னேற்றம் அடைவதற்கு வாய்ப்பளிக்கப்பட வேண்-டும் ஒரு கிரகஸ்தன் தனது முன்னோர்களுக்கு சிரார்தம், தர்ப்பணம், பிண்டம், போன்றவற்றை அளிக்க வேண்டும் முன்னோர்களை வழிப-டவேண்டும் ஒருகிரகஸ்தன் அதிகமான பற்றுதல் கொண்டிருக்கக்கூடாது மேலும் அவர்களிடம் இருக்கும் சொத்து, நிலம், வண்டி, வாகனங்-கள் மீது அதிகமான பற்றுதல் வைத்திருக்க்கூடாது ஏனென்றால் உடல் விட்டபிறகு அனைத்தும் மாறிவிடும், உறவினர்களும் மாறிவிடுவார்கள், நம்மிடம் இருக்கும் சொத்துக்களும் பறிபோய்விடும் ஒரு அதிகமான பௌதீக பற்றுதல் கொண்டிருக்கக்கூடாது ஏனென்றால் உடல் விட்டப்பி-றகு அனைத்தும் மாறிவிடும், உறவினர்களும் மாறிவிடுவார்கள், நம்மி-டம் இருக்கும் சொத்துக்களும் பறிபோய்விடும் ஒரு அதிகமான பௌதீக பற்றுதல் கொண்டவராக இருக்கக்கூடாது பகவான் கிருஷ்ணர் மீதும், அவர்களது பக்தர்கள் மீதும் பற்றுதல் கொண்டிருக்கலாம்.

5.00 ஆனால் பௌதீக விசயங்களான கல்வி, செலவம், அழகு, புகழ், வீரம், போன்ற விசயத்தின் மீது பற்றுதல் கொள்ளக்கூடாது, அதேப்போல் அவர் ஒரு பிரம்மசாரி அல்லது சன்னியாசியினைப்போல்

செயல்படக்கூடாது, கட்டுப்பாடான வாழ்க்கை வாழவேண்டும். கிரகஸ்தன் கிரகஸ்தனைப்போல் வாழ வேண்டும் அவர் பொருளீட்டவேண்டும் குடும்பத்தை நடத்துவதற்கான தேவையான போருட்களை வாங்க வேண்டும், குழந்தைகள், மனைவி, பெற்றோர்கள், முதியவர்களை பாதுகாக்க வேண்டும், விலங்குகளை பாதுகாக்க வேண்டும் ஒரு கிரகஸ்தர்கள் அனைவருக்கும் தந்தை, தாயினைப்போல் செயல்பட வேண்டும். ஒரு கிரகஸ்தன் தவம் செய்யவேண்டும், பகவான் கிருஷ்ணரை திருப்திபடுத்துவதற்கான தியாகம் செய்ய வேண்டும். குறிப்பாக ஹரே கிருஷ்ண சங்கீர்த்தனத்தை செய்ய வேண்டும் இதுதான் கலியுகத்தில் நமக்காக பறிந்துரைக்கப்பட்டுள்ளது. சங்கீர்த்தன யாகம் செல்வம், புகழ், நிலம் பகவான் கிருஷ்ணரின் கருணையால் கிடைத்தவற்றை பெற்றுக்கொண்டு இன்பமாக இருக்கவேண்டும், தனது, உறவினை புதுபிப்பதற்காக செயல்பட வேண்டும்.

அதே உறவுமுறையில் அவர் நிலத்து இருக்க வேண்டும். நமக்கும் பகவான் கிருஷ்ணருக்கும் தொடர்பு உள்ளது அதற்கேற்றவாறு நாம் செயல்படவேண்டும். மேலும் அவ்வாறு செயல்பட்டால் மட்டுமே பிரயோஜனம் இருக்கும். பக்திவினோத் தாகூரர் சிறந்த கிரகஸ்தனாக செயல்பட்டார் அவர் ஓரிசாமாநிலத்தில் தனது சேவைகளை ஆற்றியிருக்கிறார். அவரது வாழ்க்கைவறலாறினை சற்று நாம் பார்க்காலாம் ஸ்ரீல பக்திவினோத்தாகூரர் பார்தீர்களேயானால் பகவான் ஸ்ரீ கிருஷ்ணருக்காக பல்வேறு செயல்களையாற்றியிருகிறார் அவரது தொண்டு பார்தீர்களேயானால் சைதன்ய மகாபிரபு, கோஸ்வாமிகளின் பிரச்சார பணிகளை போன்று இருந்தது. பகவான் கிருஷ்ணருக்காக அவராற்றிய தொண்டு மிகவும் உயர்ந்ததாக இருந்தது.

8.00 வீரதீரமான செயல்களை செய்திருக்கின்றார், பல்வேறு புத்தகங்களை எழுதியிருக்கின்றார், சைதன்ய மகாபிரபு மறைந்த பிறகு கோஸ்வாமிகள் மறைந்த பிறகு அபசம்பிரதாயங்கள் அதிகமாக துவங்கிவிட்டது, அவுல, பவுல, சாதிகோசாய், ஸ்மார்த்தா, சுடாதாரி, கவுராங்க நகரி, சகஜீய, சானி, சாகிபேகி, போன்ற 13 விதமான அபசம்பிரதாயங்கள் அதிகமாக பறவிவிட்டது, அத்தருணத்தில் பக்திவினோத் தாகூரர், அவரது பக்தி தொண்டால், அவரது எழுத்து திறமை, நிர்வாக திறமையால் மீண்டும் சைதன்ய மகாபிரபிவின் துய்மையான போதனைகளை நிலைநாட்டினார், அவரது முயற்சியால்

9.00 கல்வியில் சிறந்தவர்களும் சைதன்ய மகாப்பிரபுவின் போதனைகளை ஏற்றுக்கொண்டார்கள், ஒரு நூற்றாண்டு பின்நோக்கிச் சென்றால் வைஷ்ணவ தர்மம் என்பது சைதன்ய மகாப்பிரபுவின் போதனைகள் மிகவும் தாழ்ந்த நிலையில் இருந்தது ஏனென்றால் இந்த அபசம்பிரதாயங்களை கடைப்பிடித்தவர்கள் பல்வேறு அபத்தமான செயல்களை பக்தி என்ற பெயரில் செய்து கொண்டிருந்தனர். சைதன்ய மகாப்பிரபு "ராதாகிருஷ்ண நாஹேஅன்யே" பகவான் சைதன்ய மகாப்-பிரபு தாயார ராதராணியீண் பாவனையை எடுத்து பக்தராக அவதரித்து கிருஷ்ண பக்தி பிரசாரத்தை செய்தார் சிறந்த பண்டிதர்களாலும் சைதன்ய மகாபிரபுவின் போதனைகளை புரிந்து கொள்வது கஷ்டம் ஏனென்றால் பக்தி இருப்பவர்களால் மட்டுமே சைதன்ய மகாப்பிரபுவின் போதனைகளை புரிந்து முடியும், அவரது.

10.00 சீடர்கள் சைதன்ய மஹாபிரபு ரதாராணியின் பெயரினை உச்சித்துக்கொண்டிருந்தபோது நீங்கள் ஏன் ராதையின் பெயரை உச்-சரித்துகொண்டுள்ளீர்கள் நீங்கள் ஏன் கிருஷ்ணரின் பெயரினை உச்ச-ரிக்க்கூடாது என்று சைதன்ய மகாபிரபுக்கே அவரது சீடர்கள் போதனை-களை அளித்தார்கள், சைதன்ய மஹாபிரபு சினம் கொண்டு அவர்களை விரட்டி விட்டார் அதனால் சைதன்ய மஹாபிரபுவின் பாவனைகளை புரிந்துகொள்வது மிகவும் கடினம் பக்தர்களால் மட்டுமே புரிந்து முடியும், வைஷ்ணவர்கள் பிச்சைக்காரர்கள் கிடையாது சமுதாயத்திற்கு பாரம் கிடையாது, மக்களது உடைமைகளை எடுத்துக்கொண்டு.

ஆனந்தமாக இருக்கிறார்கள் என்பது கிடையாது, அவர்கள் சமு-தாயத்திற்கு மிக உயர்ந்த பணிகளை ஆற்றவருகிறார்கள், கல்வி, பக்தி, தொண்டை பிரச்சாரம் செய்கிறார்கள், உயர்ந்த வேதகல்வியினை அளிக்கிறார்கள், வேதங்களில் குறிப்பிடப்பட்டுள்ள அனைத்து விசயங்-களையும் சாரமாக வாழ்ந்து காட்டியிருகிறார் பக்திவினோத தாகூரரின் வாழ்க்கை நமக்கு சிறந்த பாடம் வேதங்கள், உபநிசதங்கள், புராணங்-களை நாம் படிக்கின்றோம் சிலவற்றினை புரிந்து கொள்வது சற்று கடி-னமானதாக இருக்கும் ஆனால் ஆச்சாரியர்களின் வாழ்கையை நாம் படித்தோமேயானால் அதுவே நமக்கு வேதங்களின் சாரமாக திகழ்-கின்றது, அவர்கள் ஒரு மகாபாகவதர்கள், நாம் புத்தக பாகவதத்தை படிக்கவேண்டும், மகாபாகவதர்களுக்கு தொண்டாற்றவேண்டும் அப்போது நம்மிடம் அனைத்து சிறந்த குணநலன்களும் இருக்கும் அவர்கள்

சொல்வதை செய்வார்கள் செய்வதைத்தான் சொல்வார்கள்.

12.00 அவர்கள் வார்த்தையால் வாழ்க்கையை வாழவில்லை சொன்னபடியே செய்வார்கள் அனைவரும் புறிந்து கொள்ளும் விதமாக பல்வேறு விசயங்களை அவர் செய்திருக்கிறார் கிருஷ்ணரின் சைதன்ய மஹாபிரபுவின் போதனைகளை அனைவரும் ஏற்றுக்கொள்ளும் விதமாக அளித்திருக்கிறார் அவரது புத்தகங்களின் வாயிலாக சைதன்ய மஹா-பிரபுவின் போதனைகள் உயர்ந்த அளவில் வளர்ந்துள்ளது. அவரது தூய்மையான குணநலன்கள் தூய்மையான வைஷ்ணவ நடவடிக்கைகள் அவருடைய குணநலன்கள் மூலமாக கல்வியில் சிறந்தவர்களும் வைஷ்-ணவர்களாகியிருக்கிறார்கள் தூய்மையானவை நாம் பெருமைபடுமள-வுக்கு உயர்ந்த வைஷ்ணவம் ஒருகாலத்தில் வைஷ்ணவர்கள் இழிவா-னவர்களாக பார்க்கப்பட்டது இது அபசம்பிரதாயதினர்களால் ஏற்ப்பட்டது வைஷ்ணவர்களென்றால் தாழ்ந்தவர்கள் அல்லது இழிந்தவர்கள்போல் சமூதாயா கொள்கைகளை கடைப்பிடிக்காதவர்கள் என்றும் தவறான பெண்களுக்கு அடிமையானவர்களென்றும் கருதப்பட்டது ஒரு காலத்-தில் சகஜீயர்கயர்கள், சாகீபேகி, ஸ்மார்த்தா, சாதிகோசாயி, கவுராங்க-நகரி, சுடாதாரி போன்ற அபசம்பிரதாயங்கள் பல்வேறு விசயங்களை செய்து வந்தார்கள் இது சாஸ்திரங்களில் குறிப்பிடப்படாதவைகள் அவர்-களே கற்பனை செய்துகொண்டது.

14.00 அதனால் சைதன்ய மகாபிரபுச்வின் தூயமையான போதனை-கள் அசுத்தமடைந்துவிட்டன அல்லது மாற்றப்பட்டுவிட்டன, மறைக்கப்-பட்டுவிட்டன பக்திவினோத தாகூர் ஒரு உயர்ந்த பிரமண ஜமீன்தார் குடுப்பத்தில் பிறவியெடுப்பார், 2.09.1838ம் தேதி பிறந்தார் அவருடைய பிறப்பு பெயர் தாகூர் பக்திவினோத் (கேதார்நாத் தத்தா) பெயர் வைத்-தார்கள் அவர் பல்வேறு துன்பத்துக்குள்ளாக்கப்பட்டார் அவரது வாழ்க்-கையின் ஆரம்பகாலத்தில் பல்வேறு துன்பத்துக்குள்ளாக்கப்பட்டார் பல்-வேறு கஷ்டங்களை அனுவித்தார் அவர் தனது தாய்வழி தாத்தாவின் வீட்டில் வசித்தார் அவரது குழந்தை பருவத்தை கழித்தார், பீர்நகர், உலாகிராமம் அங்கிருந்தார் 13வது வயதில் கல்கத்தா மாநகருக்கு வந்-தார் அவரது தந்தையின் மரணம் காலத்தில் கல்கத்தா சென்றார்.

16.00 அவர் கல்வி பயின்ற பிறகு தனது தந்தைவழி தாத்தா வீட்-டில் இருக்க வேண்டும் என்று கேட்டு கொள்ளப்பட்டார், படிப்பு முடிந்த-பிறகு ராஜாவல்லப தத்தா கல்கத்தாவில் புகழ்வாய்ந்த நபர் அவர் ஒரிசா

மாநிலத்தில் ஓய்வு பெற்றுக் கொண்டிருந்தார் அவரது கடைசி காலத்-தினை தனிமையாக ஒரிசாவில் கழித்துகொண்டிருந்தார் ஒரு சாதுவைப்-போன்ற வாழ்க்கை வாழ்ந்து வந்தார்.

17.00 அவர் எதிர்க்காலத்தினை கணிக்கக்கூடியவர் என்போது தனது மரணம் நிகழும் என்பதை அவரால் கணிக்கமுடிந்தது உயர்ந்த நிலையில் இருக்கக்கூடிய தேவதைகளிடம் இவரால் தொடர்ப்பு கொள்ளமுடிந்தது பக்திவினோத் தாகூரார் அவரது தாத்த உடல்விடும் நேரத்தில் அவரு-டன் இருந்தார் அவரது இறப்பின் தருனத்தில் பல்வேறு சிறப்பு வாய்ந்த போதனைகளை பெற்றிருந்தார் அதன்பிறகு அவர் ஒரிசா மாநிலத்தில் இருக்கக்கூடிய பல்வேறு கோவில்கள், ஆசிரமங்களை தரிசித்தார், பக்-திவினோத் தாகூரர் பிறகு கல்வி சேவையில் ஈடுபட்டார் ஆங்கில கல்வியினை ஒரிசா மாநிலத்தில் இருக்கக்கூடிய பல்வேறு கோயில்கள், ஆசிரமங்களை தரிசித்திருகிறார், பத்திவினோத் தாகூரர் பிறகு கல்வி சேவையில் ஈடுபட்டார் ஆங்கில கல்வியினை ஒரிசா மாநிலத்தில் முதன் முறையாக தொடங்கிவைத்தார் அவர் ஒரிசா மாநிலத்தில் இருக்கக்கூ-டிய அனைத்து ஆசிரமங்களைப்பற்றி ஒரு புத்தகத்தினை எழுதியிரு-கிறார் அதில் அவரது பூர்வீக சொத்தான ஆசிரமத்தைப்பற்றி எழுதி-யிருகிறார்,சோட்டா மங்கல்பூர் என்பது ஒரிசாவில் இருக்கக்கூடிய ஒரு சிறு கிராமம் அவர்தான் இந்த கிராமத்துக்கு தலைவர், எஜமான், அவர் எழுதுகிறார் இந்த கிரமத்தில் ஆன்மீகவாதிகளுக்காக வாடகையில்லா-மல் ஒரு வீட்டினை அளித்துள்ளார், இந்த மடத்தின் தலைவர் மழைக்-காலத்தில் யாரோ ஒரு பக்தர்.

20.00 பயணம் செய்யக்கூடிய யாத்திரிகர் அங்கு தங்குவதற்கு வாய்ப்பு கேட்டிருந்தார் ஆனால் மழைக்காலத்தில் இரவில் அங்கு தங்-குவதற்கு வாய்ப்பளிக்கவில்லை அத்தருணத்தில் உதவிகளை அவர்கள் செய்யவில்லை இச்செய்தியினை அறிந்த பக்திவினோத் தாகூரர் இவ்-வாறு விருந்தாளிகளை சரியாக உபசரிக்கவில்லை என்ற புகார் மீண்டும் கேட்கப்பட்டால் அவர்களுக்கு கொடுக்கப்பட்டிருக்கும் இடத்தை திரும்ப பெற்றுகொள்ள நேரிடும் என்று எச்சரித்தார் இவ்வாறு பக்திவினோத் தாகூரர் நிர்வாக சீர்கேடினை சரிசெய்தார். பக்திவினோத் தாகூரர் பிறகு அரசாங்க உத்யோகத்தை மேற்கொண்டார் பிறகு மேற்கு வங்காளத்-திற்கு மாற்றப்பட்டார், ஒரு நகரத்தில் சிறப்பு வாய்ந்த சொற்பொழி-வினை ஆற்றியிருகிறார், பாகவத புராணத்தின் மீதான இந்த சொற்பொ-

ழிவு 1000 கணக்கான நபர்களை வசீகரித்தது.

22.00 ஸ்ரீமத் பாகவத புராணத்தின் ஒவ்வொரு பக்கத்திலும் ஒவ்-வொரு புதையல்கள் புதைந்துள்ளன ஸ்ரீமத் பாகவத புராணத்தினை அனைவரும் படிக்க வேண்டும் தத்துவ விசயங்களை ஆராய்பவர்கள் அதை புரிந்து கொள்ள விரும்புபவர்கள் இப்புத்தகத்தினை படிக்க வேண்டும். அவர் சற்று காலத்திற்கு சம்பாரன் என்னும் நகரத்திற்கு மாற்றப்பட்டார் இந்த நகரத்தில் பிரம்மதைத்யன் என்றழைக்கப்படக்கூடிய பிரம்ம ராட்சசன் வாழ்ந்துவந்தார் ஆலமரத்தில் வசித்துவந்திருகின்றார்.

23.00 பிரம்ம ராட்சசனை சில நபர்கள் வழிபாடு செய்து வந்துள்-ளார் மிகவும் தாழ்ந்த நிலையில் இருக்கக்கூடியவர்கள் இப்படிப்பட்டவர்-களை வழிபடுவார்கள், ஒரு நாள் பெண் பண்டிதரின் தந்தை அவரிடம் தானம் கேட்டு வருவார், பக்திவினோத் தாகூரர் அந்த பெண் பண்டி-தரின் தந்தையை பாகவதம் படிப்பதற்காக வேண்டிகொள்வார் அந்த பிரம்ம தைத்யன் இருக்க்கூடிய மரத்திற்கு அடியில் பாகவதம் படிக்-குமாறு கேட்டுகொள்கின்றார் இந்த ஆலமரமானது பிரம்ம தைத்யனின் வசிப்பிடமாகியிருந்தது ஒருமாத காலத்திற்கு பாகவத புராணம் படிக்-கப்பட்டப்பிறகு உடனடியாக ஆலமரம் விழுந்துவிட்டது.

25.00 பிரம்ம ராட்சசன் மோட்சம் அடைந்துவிட்டது பொதுமக்கள் அவரது செயலினால் மிகவும் திருப்தி அடைந்தார்கள், ஆனால் பிரம்ம ராட்சசனை வழிபட்ட நபர்கள் மிகவும் மன வருத்தமடைந்தனர்.

26.00 பக்திவினோத் தாகூரருடைய அடுத்தகட்ட நடவடிக்கை என்னவென்றால் பூரி ஜெகன்னாத் என்ற புனித ஸ்தலத்திற்கு சென்-றிருக்கின்றார் அரசாங்க உயரதிகாரி, பக்திவினோத் தாகூரரை அவரது பகுதியில் சேவையாற்றுவதற்காக பெற்றதில் மிகுந்த மகிழ்ச்சியடைந்தார், ஜெகன்னாத் கோயிலின் நிர்வாகத்தினை பார்த்துக்கொள்ளுமாறு கேட்டு-கொள்வார், பக்திவினோத் தாகூரரின் மேற்பார்வையால் பல்வேறு விச-யத்தினை சரிசெய்யப்பட்டன ஜெகன்னாதருக்கு தினமும் நெய்வேத்யம் சரியான நேரத்தில் அளிக்கப்படவேண்டும் என்பது அவரது முக்கியமான முடிவு இவ்வாறு சேவையில் உள்ள பல்வேறு குறைபாடுகள் சரிசெய்-யப்பட்டது.

28.00 பக்திவினோத் தாகூரர் அரசாங்கத்திற்கு எதிராக செயல்ப-டக்கூடிய பிசிகிசேனா என்ற தாந்திரிக போலிச்சாமியாரை ஒடுக்கியிரு-கிறார் பிசிகிசேனா என்பவன் தன்னையே மஹாவிஷ்ணுவின் அவதாரம்

என்று பிரடனபடுத்திக்கொண்டு மக்களை ஏமாற்றி வந்தான் அவனை விசாரித்தபோது அவன் ஒரு போலிசாமியார்

29.00 ஆன்மீகம் என்ற பெயரில் மக்களை ஏமாற்றிவந்தான் தந்திரசெயலில் இடுபட்டிருந்தான் மேலும் அவன் ஒரு குற்றவாளி என்பதினை நிறுபித்து நீதிமன்றம் வாயிலாக தண்டனை பெற்றுத்தார நடவடிக்கை எடுத்தார் அரசாங்கத்திற்கு எதிராக புரட்சியில் ஈடுபட்டதற்கு தண்டனை வழங்கப்பட்டது, அதன் பிறகு ஒன்றரை வருடங்கள் ஜெயில் தண்டைனை அனுபவித்து வந்தார் ஆனால் மிக குறுகிய காலத்தில் தனது உடலை நீத்துவிட்டார் அதாவது தற்கொலை செய்துகொண்டார்.

30.00 பிசிகிசேனா என்னும் தாந்திரிகன் நிச்சயமாக சற்று சக்திகளை பெற்றிருந்தார் சாதாரண மனிதர்கள் பெற்றுள்ள சக்தியைவிட அதிக சக்தியினை பெற்றிருந்தார் அவன் செய்த தாந்திரீக செயல்களால் இந்த சக்தி அவனிடம் இருந்தன வேத தர்மத்தை கடைப்பிடிக்காத சில கருப்பு கலைகள் இவைகள், வாம மார்க தாந்திரிக மார்கம்.

31.00 பக்திவினோத தாகூரரின் பக்திக்கு முன்னால் பிசிகிசேனவின் சக்தி மார்கம் தோற்றுவிட்டது இவ்வாறு பக்தி ஜெயித்திருக்கிறது பிசிகிசேனாவைப் பற்றி அனைவரும் பயத்துடன் இருந்தனர், அனைவரும் பக்திவினோத் தாகூரருக்கு எச்சரிக்கை விடுத்தனர் பிசிகிசேனா எனும் தாந்திரிகனை எதுவும் செய்யவேண்டாம் நீதிபெற்று தரவேண்டும் என்பதற்காக ஏதும் செய்யவேண்டாம் என்று அனைவரும் எச்சரிக்கை விடுத்தனர்.

32.00 அந்த தாந்திரிகன் நமக்கு பல்வேறு பிரச்சனைகளை உருவாக்குவான் என்று அவர்கள் எச்சரிக்கை விடுத்தனர் கொடிய அரக்க குணம் கொண்டவன் பல்வேறு ஆவிகளை அவன் தன் வசம் வைத்துள்ளான் குடும்ப உறுப்பினர்களுக்கு பல்வேறு பிரச்சனைகளை அவன் உருவாக்குவான் என்பதை அவருக்கு கூறினார்கள் பக்திவினோத் தாகூர் பக்தர் அவரிடம் அனைத்து நற்குணங்கள் உள்ளது பகவான் கிருஷ்ணரின் பரிபூரண ஆசியுள்ளது வைஷ்ணவர்களின், சைதன்ய மகாபிரபுவின் தூய்மையான பக்தி இருந்திருக்கின்றது அதன் மூலமாக இந்த போலி சாமியாரை தாந்திரிகனை கட்டுக்குள் கொண்டுவந்திருக்கின்றார், பிசிகிசேனா வீழ்ந்தபிறகு வேறொரு போலிச்சாமியார் தொன்றியிருகின்றார் இவ்வாறு பல்வேறு போலிச்சாமியார்கள் காலங்காலமாக இருந்திருக்கிறார்கள் பகவான் கிருஷ்ணரின் காலத்திலும் பௌண்டரக ராஜன்

என்பவன் தன்னையே கிருஷ்ணரின் அவதாரம் என்று கூறிவந்தான் இப்படிப்பட்ட போலிகடவுள்களை பகவான் கிருஷ்ணர் அல்லது அவரது பக்தர்கள் தண்டித்து நல்வழிபடித்துள்ளனர் ஜெகன்னாத் பூரியில் வாழ்ந்த காலத்தில் அவரது நேரத்தினை ஆன்மிக பணியில் ஈடுபடுத்தினார்.

35.00 வேதாந்த சூத்திரத்தில் நேரத்தை செலவழித்தார் பலதேவ வித்யாபூஷணர் அளித்துள்ள வேதாந்த சூத்திரத்தின் சில குறிப்புகளை பெற்றுள்ளார் மேலும் அவர்கல்யான கல்பதரு என்ற புத்தகத்தை எழு-தியுள்ளார், பாடலை அமைத்துள்ளார் இதுவந்து

36.00 இதுவந்து அமருத்துவத்தை கொண்ட செயல்பாடு நரோத்தம தாச தாகூரரின் எழுத்துக்களை போன்றது இவரது கல்யான கல்பதரு என்ற புத்தகம் 1877 பூரியை விட்டு வேறு இடத்திற்கு சென்றுள்ளார் 1881 சஜ்ஜனதோசனி தூயபக்தர்களின் இன்பத்திற்க்காக என்ற பத்திரி-கையை கொண்டுவந்துள்ளார் அவர் மேலும் ஸ்ரீ கிருஷ்ண சம்ஹிதை என்ற புத்தகத்தை அச்சடித்துள்ளார் ஸ்ரீ கிருஷ்ண சம்ஹிதை என்-பது பகவான் கிருஷ்ணரின் இருப்பை வெளிக்கொண்டுவந்துள்ளத், இந்த புத்தகம் மக்களிடம் கொண்டு செல்லப்பட்டுள்ளது.

38.00 இது பகவான் ஸ்ரீ கிருஷ்ணரிடம் உள்ள உண்மையான உறவுகளை கொண்டுவந்துள்ளது. இது ஜெர்மனி நாட்டு பண்டிதர்களை-யும் கவர்ந்துள்ளது சாதாரண மக்கள் பகவான் கிருஷ்ணரை.

39.00 ஒரு பெண்கள் பின்னால் அலைபவர் என்று நினைத்து கொண்டுள்ளனர் ஸ்திரிலோலன் என்று நினைத்துள்ளனர், கிருஷ்ணரை ஒரு கற்பனையானவர் என்றோ பலப்பல பெண்களை திருமணம் செய்து கொண்டவர் என்றோ அல்லது பிறர் மனைவியை கவர்ந்து அவருடன் இரவு நேரத்தில் நடனமாடியவர் என்றோ இளம் மங்கையரின் ஆடை-களை திருடி அவர்களை ஆடையில்லாமல் பார்த்தார் என்றோ கூறப்ப-டுகின்றது.

40.00 காம தேவனைப்போன்றுள்ளார், கோடி மன்மதர்களை வசீ-கரிக்கக்கூடியவர், கந்தர்பகோடி கமனீய விசேச சோபம் கந்தர்பன் என்-றால் கோடி மன்மதர்களை வசீகரிக்கக்கூடிய அழகை பெற்றவர், பகவான் கிருஷ்ணர்.

சாதாரணமாக பகவான் கிருஷ்ணர் மீது நல்ல அபிப்ராயம் மக்களி-டம் கிடையாது ஆனால் பகவான் ராமர் மீது உயர்ந்த மதிப்பும் மரியா-தையையும் கொண்டுள்ளனர்.

41.00 பக்தி வினோத் தாகூர் ஸ்ரீ கீருஷ்ணரை பரபிரம்மன் என்று கூறியிருக்கின்றார் உயர்ந்த ஆன்மீகவாதி வேதசாஸ்திரத்தின் கூற்றுப்படி நிலைநாட்டியிருக்கின்றார் "நரைல்" என்ற கிராமத்தில் வசித்திருந்தார் விருந்தாவனத்திற்கு செல்லக்கூடிய தருணத்தில ஒரு திருட்டு கும்பலை ஒழித்திருகின்றார், திருட்டு கும்பலின் பெயர் கஞ்சாராஸ்.

42.00 விருந்தாவனத்திற்கு செல்லக்கூடிய வழி முழுவதும் இந்த திருட்டு கூட்டம் இருந்துள்ளது இவர்கள் மிகவும் சக்திவாய்ந்தவர்களாக இருந்திருக்கிறார்கள், யாத்திரிகர்களை இவர்கள் தாக்கி கொள்ளைய-டித்திருக்கிறார்கள் பக்திவினோத தாகூர் இச்செய்தியை அரசாங்கத்தி-டம் கொண்டு சென்றுள்ளார் பல்வேறு மாதங்களின் முயற்சிக்கு பிறகு இந்த கஞ்ஜாராஸ் என்ற கொள்ளை கூட்டத்தினை விருந்தாவனத்திலி-ருந்து வெளியேற்றியிருக்கின்றார்.

43.00 மேலும் பக்திவினோத தாகூர் பல்வேறு கூட்டத்தை கூட்டி ஆன்மீக விசயங்களை பேசியிருக்கின்றார் சைதன்ய மஹாபிரபுவின் போதனைகளை அனைவருக்கும் எடுத்து சென்றுள்ளார்.

44.00 ஹரே கிருஷ்ண சங்கீர்த்தன இயக்கத்தை அவர் பரப்பியி-ருக்கின்றார் "பராசத்" என்னும் இடத்தில் தங்கியிருந்தபோது வங்காள எழுத்தாளர் பங்கிம சந்திர என்பவரை சந்தித்துள்ளார் இந்த நாவலாசி-ரியர்/கதாசிரியர் மற்றும் நாடக ஆசிரியர் பகவான் கிருஷ்ணர் மீது ஒரு புத்தகத்தை எழுதியிருக்கின்றார், பகவான் கிருஷ்ணருக்கு புரியும் பக்-தியின மீது ஒரு அதிகாரியான பக்திவினோத தாகூரரிடம் கையெழுத்து பிரதியினை பிழைத்திருத்துவதற்க்காக அளித்துள்ளார் பங்கிம சந்திரர்

45.00 அவரது புத்தகம் மேற்கத்திய கற்பனை கொள்கைகளை போன்றிருந்து, நான்கு நாட்களுக்கு கலந்தாலோசித்த பிறகு பக்திவி-னோத தாகூரர் அனைத்து விசயங்களைபற்றியும் மாற்றி அமைக்குமாறு செய்திருக்கின்றார்.

46.00 சைதன்ய மகாபிரபுவின் போதனைகளை அடிப்படையாக கொண்டு அவரை எழுத வைத்தார் அவரது கடைசி காலத்தில் பகவத் கீதையை பற்றிய அதிகாரம் பொருந்திய ஒரு புத்தகத்தை வெளியிட்டார் உயர்ந்த நிலையில் இருக்கூடிய மேல்நீதிமன்ற நீதிபதியின் வேண்டுகோ-ளுக்கினங்கி விசுவநாத சக்கிரவர்த்தி தாகூரரின் பொருளுரைகள் மேலும் பக்திவினோத தாகூரரின் மொழிபெயர்ப்பு அனைத்தும் கலந்தார்போல்

பகவத்கீதை புத்தகத்தை வெளியிட்டார்.

47.00 முன்னுரை பங்கிம சந்திர தாகூரர் எனும் புகழ்வாய்ந்த வங்காள மொழி எழுத்தாளரால் எழுதப்பட்டது இதில் அவர் பக்திவி-னோத தகூரருக்கு தனது நன்றிக்கடன் தெரிவித்துகொள்வார் இந்த புத்-தகம் அச்சடிக்கப்பட்ட உடனேயே அனைத்து பிரதிகளும் விற்று தீர்ந்-துவிட்டன, மேலும் பக்திவினோத தாகூரர் ஸ்ரீ சைதன்ய சிக்ஷாமிருதம் எனும் புத்தகத்தை எழுதி வெளியிட்டுள்ளார் இது சைதன்ய மகாபிரபு-வின் போதனைகளையும் மேற்க்கத்தியர்களின் கற்பனை தத்துவங்களை-யும் விளக்கிகாட்டுகின்றது, இந்த புத்தகம் மற்ற அனைத்து தத்துவங்க-ளையும் ஒவ்வொன்றாக வீழ்த்திக்கொண்டுவந்துள்ளது

49.00 மேலும் சைதன்ய மஹாபிரபுவின் போதனைகள் மிக உயந்-தவை என்று நிலைநாட்டப்பட்டுள்ளது 1885 ஸ்ரீ விஷ்வவைஷ்ணவ ராஜ சபா என்ற சங்கத்தினை நிறுவியிருக்கிறார் இந்த சங்கம் தூய்மை-யான பக்தியை செயவதற்க்காக ஏற்பாடு செய்யப்பட்டுள்ளது கல்கத்தா மாநகரை சேர்ந்த் பல்வேறு உயந்த் நிலையில் இருக்கக்கூடிய மக்கள் சங்-கத்தில் சேர்ந்திருக்கிறார்கள் பல்வேறு குழுக்கள் அமைக்கபட்டுள்ளது.

அதில் அனைவருக்கும் பல்வேறு சேவைகள் வழங்கப்பட்டுள்ளது பக்திவினோததாகூரர் சைதன்ய மகாபிரபு பிறந்து வாழ்ந்த இடத்தை பார்பதற்க்காக மிகவும் ஆர்வமாக இருந்திருக்கிறார் முடிந்த அளவுக்கு சைதன்ய மஹாபிரபுவின் வாழ்ந்த இடத்திற்க்கு மாற்றிகொடுக்குமாறு வேண்டிகொள்வார் இது ஏற்றுக்கொள்ளப்படாததால் விருப்பு ஒய்வை பெற்றுவிட விரும்புவதாக கடிதம் எழுதுவார் இதையும் அரசாங்கம் ஏற்றுக்கொள்ளவில்லை ஆனால் அவருடைய விருப்பத்தின் பெயரில் கிருஷ்ணநகர் என்ற இடத்திற்க்கு மாற்றி கொடுக்கப்பட்டார் இது நவதீ-பத்திலிருந்து 25 மைல்கள் தொலைவில் உள்ளது கிருஷ்ண நகருக்கு மாற்றப்பட்டவுடன் வாய்ப்பு கிடைத்தவுடன் நவதீபத்திற்க்கு சென்று தரி-சனம் செய்துள்ளார்.

52.00 பல்வேறு ஆராய்சி, விசாரனைக்கு பிறகு சைதன்ய மஹாபி-ரபுவின் பிறந்த இடத்தினை கண்டுபிடித்துள்ளார். பல்வேறு கட்ட விசா-ரனை, ஆராய்சிக்கு பிறகு மக்கள் அளித்துள்ள தகவல்கள் திருப்-திகரமானதாக இருக்கவில்லை ஏனென்றால் அவர்கள் அளித்துள்ள தகவல்கள் அனைத்தும் 100 வருடங்களுக்கு உட்பட்டவையாகை இருந்-தது அதனால் அவர் ஸ்ரீ சைதன்ய மஹாபிரபுவின் உண்மையான பிறந்த

இடத்தினை தெறிந்துகொள்ள முயற்சிகள் மேற்கொண்டார், மக்கள் வழங்கிய தகவல்கள் சரியானதாக இருக்கவில்லை என்பதை அவரால் புரிந்துகொள்ள முடிந்தது.

53.00 மேலும் பல்வேறு கட்ட விசாரணைக்கு பிறகு உண்மையை கண்டுபிடித்தார் பல்வேறு விதமாக வாக்குவாதங்கள் செய்தனர் மேலும் பல்வேறு விசாரணைக்கு பிறகு அந்த இடம் உண்மையை கண்டுபிடித்-தனர்

www.ingramcontent.com/pod-product-compliance
Lightning Source LLC
Chambersburg PA
CBHW021201130726
47988CB00004B/1710